AF433692

ผู้เรียนรุ่นเยาว์
ทั้งหมดเกี่ยวกับสุนัข

ชาร์ล็อตต์ ธอร์น

ลิขสิทธิ์ของ Thomasine Media 2023
ภาพได้รับอนุญาตและเป็นของเจ้าของที่เกี่ยวข้อง
www.thomasinemedia.com
ไอ: 979-8-8690-0098-9

ผู้เรียนรุ่นเยาว์

ทั้งหมดเกี่ยวกับ สุนัข

ชาร์ล็อตต์ ธอร์น

สุนัขมักถูกเรียกว่าเป็นเพื่อนที่ดีที่สุดของ
มนุษย์ พวกมันเป็นสัตว์มหัศจรรย์ที่อยู่
ร่วมกับคนมาเป็นเวลานาน

การเลี้ยงสุนัขในบ้านนั้นย้อนกลับไปถึงหมาป่าสีเทา การเลี้ยงในบ้านหมายความว่ามนุษย์เลี้ยงสัตว์ให้เชื่องมาอาศัยอยู่กับเรา

เนื่องจากการคัดเลือกพันธุ์ มนุษย์จึงสร้างงานประเภทต่างๆ ให้กับสุนัข!

ในอียิปต์โบราณ เทพเจ้าอานูบิสมีศีรษะเป็น
สุนัขจิ้งจอก ซึ่งเป็นสัตว์ที่เกี่ยวข้องกับสุนัข

ภาพวาดในถ้ำที่มีชื่อเสียงในยุโรปแสดงให้
เห็นภาพมนุษย์โบราณล่าสัตว์กับสุนัข
โบราณ

ในช่วงสงคราม สุนัขทำหน้าที่เป็นสัตว์
สงครามและช่วยเหลือทหารในการทำงาน
ที่อันตราย

สุนัขอยู่ในวงศ์ Canidae ครอบครัว
Canidae ยังรวมถึงหมาป่า สุนัขจิ้งจอก
และสุนัขป่าอื่นๆ

สุนัขดมกลิ่นได้
หลายอย่างเพราะ
มีตัวรับถึง 300
ล้านตัว

การได้ยินของพวกเขา
ช่างเหลือเชื่อ พวกเขา
สามารถได้ยินเสียง
ความถี่สูงที่เราไม่สามารถ
ได้ยินได้

มีสุนัขชื่อดังมากมายทั่วโลก

Lassie the Rough Collie เป็นไอคอนใน
หนังสือ ภาพยนตร์ และโทรทัศน์ เธอมีชื่อเสียง
จากภารกิจช่วยเหลือของเธอ

Balto the Husky นำทีมสุนัขลากเลื่อนไป
ทั่วอลาสก้าในปี 1925 พวกเขาได้ส่งยา
สำคัญให้กับมนุษย์ที่ป่วย

ริน ติน ติน สุนัขพันธุ์เยอรมันเชพเพิร์ดเป็น
หนึ่งในนักแสดงสุนัขที่โด่งดังที่สุด และถือ
เป็นดาราภาพยนตร์สุนัขคนแรกของโลก

มาดูสุนัขสายพันธุ์ต่างๆ กัน

ลาบราดอร์ รีทรีฟเวอร์
เป็นสุนัขที่เป็นมิตร
พวกเขามีความรักต่อ
น้ำ

เยอรมันเชพเพิร์ด
ฉลาดและแข็งแกร่ง
เป็นสุนัขทำงานและมี
ลักษณะการปกป้อง

โกลเด้น รีทรีฟเวอร์ เป็นสายพันธุ์ที่ขี้เล่น และเป็นที่นิยม พวกเขาสวยและเต็มไปด้วยบุคลิก

บูลด็อกมีรอยย่นและมีร่างกายที่แข็งแรง พวกเขาเป็นลูกสุนัขที่รักใคร่

บีเกิ้ลเป็นสุนัขขี้สงสัย
และใช้ในการล่าสัตว์
พวกเขามีหูฟลอปปี้

พุดเดิ้ลเป็นสุนัขสาย
พันธุ์ที่ฉลาดที่สุดชนิด
หนึ่ง และเป็นที่รู้จักใน
นามสุนัขแฟนซี

รอตไวเลอร์เป็นสุนัขที่ทรงพลัง พวกเขาเป็นเด็กที่น่ารัก

ยอร์คเชียร์ เทอร์เรียร์ เป็นกลุ่มพลังงานเล็กๆ พวกเขามีเสื้อโค้ทยาว และชอบเดินทางในกระเป๋าถือ

บ็อกเซอร์เป็นลูกหมาขี้เล่น พวกเขามีหัวเหลี่ยมและชอบที่จะกระตือรือร้น

ดัชชุนด์เป็นสุนัขพันธุ์ "ฮอทดอก" ตัวยาว ทำให้พวกมันมีเอกลักษณ์เฉพาะตัว พวกเขามีจิตวิญญาณที่ยิ่งใหญ่สำหรับร่างเล็ก!

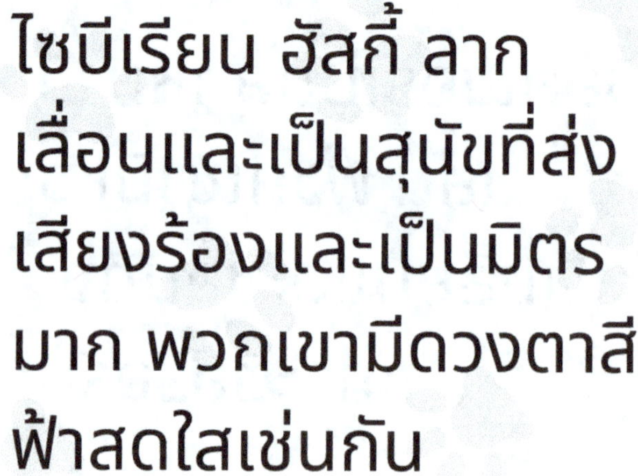

ไซบีเรียน ฮัสกี้ ลากเลื่อนและเป็นสุนัขที่ส่งเสียงร้องและเป็นมิตรมาก พวกเขามีดวงตาสีฟ้าสดใสเช่นกัน

โดเบอร์แมน พินเชอร์เป็นสุนัขที่โฉบเฉียวและแข็งแรง พวกเขาเป็นผู้พิทักษ์ปกป้อง

ชิสุเป็นสุนัขตักตัวเล็ก
พวกเขาเป็นสัตว์เลี้ยง
ที่เป็นมิตรมาก

เกรทเดนเป็นสุนัขที่
สูงมาก พวกเขา
สามารถหวานมาก

บอร์เดอร์ คอลลี่มี
ความว่องไวและฉลาด
พวกเขามีพลังงาน
มาก

Shetland
Sheepdogs เป็น
สุนัขที่ได้ยินเสียง
พวกมันขึ้นชื่อเรื่อง
ขนแผงคอหนา

ชิวาว่าตัวเล็กแต่ใจ
ใหญ่ จะอ่อนหวาน
เมื่อได้รับความเคารพ

เพมโบรค เวลช์ คอร์
จิส มีขนาดเล็ก แต่มี
หูใหญ่ น่าแปลกที่
พวกเขาได้ยินเสียง
สุนัข

เซนต์เบอร์นาร์ดมีชื่อเสียงจากงานช่วยเหลือ พวกเขาเป็นยักษ์ที่อ่อนโยน

Australian Shepherds เป็นสัตว์เลี้ยงที่ฉลาดและว่องไว พวกเขาทำงานเป็นสุนัขต้อนแกะ

ปั๊กมีขนาดเล็กและมี
รอยย่นที่น่ารัก พวก
เขามีนิสัยขี้เล่นแต่ดื้อ
รั้นมาก

อลาสกัน มาลามิวต์
เป็นสุนัขลากเลื่อน
และสามารถอยู่รอด
ได้ในสภาพอากาศ
หนาวเย็น

ออสเตรเลียน เทอร์เรียร์มีขนาดเล็กและมีขนหยาบ พวกเขาสร้างสัตว์เลี้ยงที่ดี

Basenjis มีเสียงร้องเหมือนโยเดล พวกเขาเป็นสุนัขที่ฉลาดและรักอิสระมาก

Bichon Frisés มี
ลักษณะเหมือนเมฆ
พวกเขามีบุคลิกร่าเริง

บลัดฮาวด์มีหูตกและ
มีกลิ่นที่ดี ใช้ในการ
กู้ภัยด้วย

บอสตัน เทอร์เรียร์มี
เสื้อทักซิโด้ พวกเขา
เป็นลูกสุนัขที่เป็นมิตร

คาวาเลียร์ คิง ชาลส์ ส
แปเนียลมีบุคลิกที่ดี
ที่สุดและมีขนที่สวย

ค็อกเกอร์ สแปเนีย
ลมีหูยาวนุ่มและมี
บรรยากาศแบบมี
ระดับ

English Mastiffs
เป็นสุนัขยักษ์! พวก
เขาสงบและน่ารัก

อาคิตะเป็นสัตว์เลี้ยงที่มีเกียรติ พวกมันขึ้นชื่อในเรื่องขนหนา

มอลทีสเป็นสุนัขสีขาวตัวเล็กๆ น่ารัก และพวกมันชอบการเอาใจใส่

เบอร์มีส เมาเท่น ด็อก
มีขนาดใหญ่มากแต่
อ่อนโยนมาก

ปอมเมอเรเนียนเป็น
สุนัขตัวเล็กขนปุย
พวกเขามีบุคลิกที่กล้า
หาญ

Rhodesian Ridgebacks มีขน "สัน" ที่หลัง ใช้สำหรับการล่าสัตว์

ไอริช เซ็ตเตอร์เป็นสุนัขที่สง่างามและมีชีวิตชีวา พวกมันคือความงามที่ส่งออกไป

หูของปาปิยองดู
เหมือนผีเสื้อ พวกเขา
น่ารักเป็นกันเอง

วิปเพตมีความรวดเร็ว
และว่องไวมาก และ
อ่อนโยนต่อมนุษย์

Shar-Peis มีรอยย่นมาก พวกเขาเป็นสุนัขที่ภักดีและปกป้อง

ดัลเมเชียนเป็นสุนัขที่กระตือรือร้นและเป็นสัญลักษณ์อย่างเป็นทางการของสถานีดับเพลิง

สุนัขช่วยเหลือมนุษย์ทุกวัน

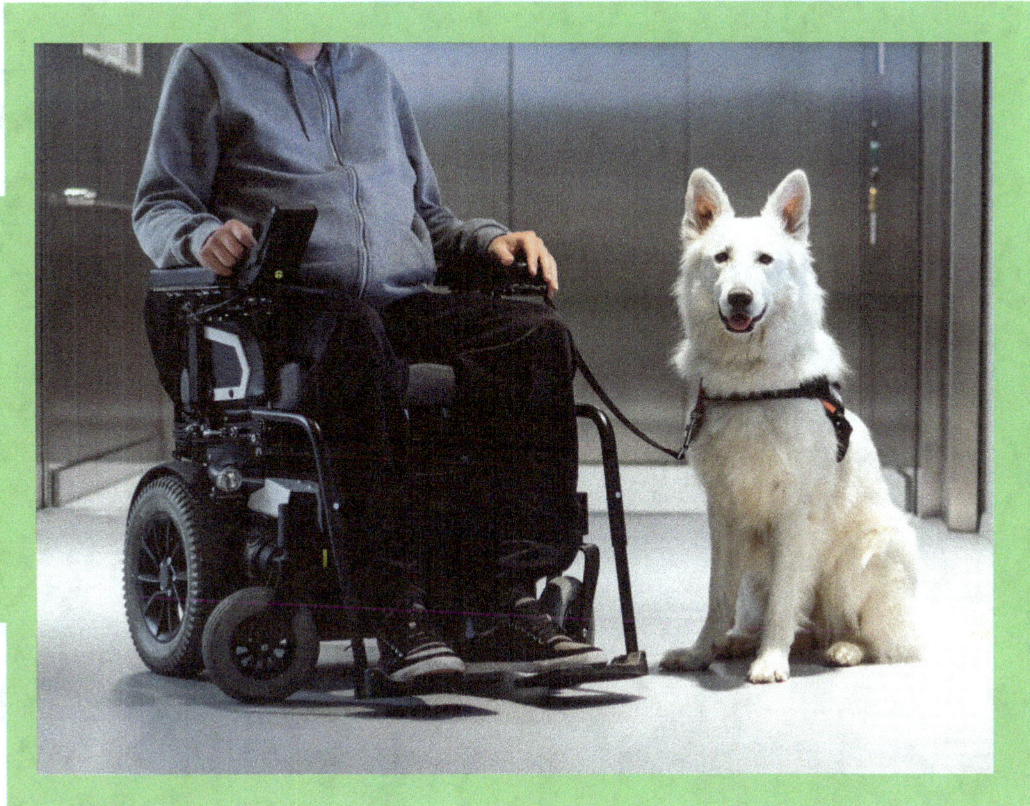

สุนัขจำนวนมากทำงานเป็นสัตว์
ช่วยเหลือผู้พิการ

สุนัขค้นหาและช่วยเหลือ

ทำงานเพื่อค้นหาผู้สูญหายระหว่างเกิดภัยพิบัติ

สุนัขทำงานเคียงข้าง
ตำรวจ ลูกสุนัขที่ไม่
ผ่านการฝึกจะไปหา
ครอบครัวที่รัก

สุนัขบำบัดให้การสนับสนุนทางอารมณ์แก่ผู้คน
ในโรงพยาบาลและเพื่อความปลอดภัย
สาธารณะ

สุนัขเป็นส่วนสำคัญในชีวิตประจำวันของเรา การดูแลสุนัขเป็นสิ่งสำคัญ พวกเขาไม่เพียงแต่ทำงานหนัก แต่ยังเป็นสมาชิกคนสำคัญของครอบครัวเราด้วย!

www.ingramcontent.com/pod-product-compliance
Lightning Source LLC
Chambersburg PA
CBHW060522120726

48002CB00011B/3276